Impressum
Verlag: BABADADA GmbH, Nedderfeld 112 , 22529 Hamburg
Geschäftsführer / Verlagsleitung: Harald Hof
Druck: Books on Demand GmbH, In de Tarpen 42, 22848 Norderstedt

Imprint
Publisher: BABADADA GmbH, Nedderfeld 112 , 22529 Hamburg, Germany
Managing Director / Publishing direction: Harald Hof
Print: Books on Demand GmbH, In de Tarpen 42, 22848 Norderstedt, Germany

skola
trường học

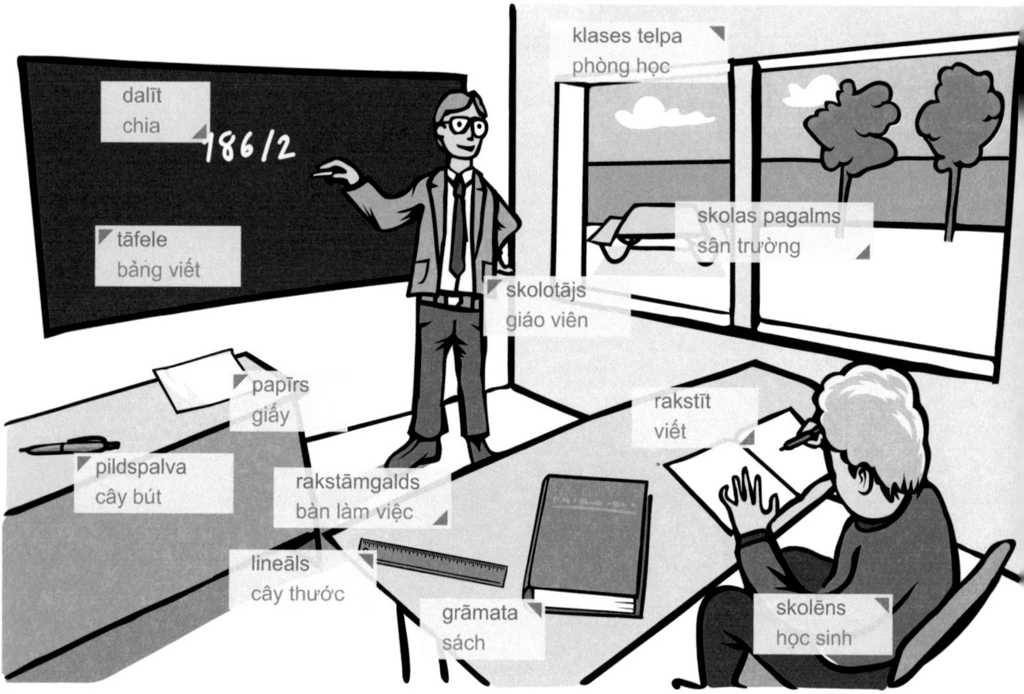
klases telpa
phòng học
dalīt
chia
186/2
tāfele
bảng viết
skolas pagalms
sân trường
skolotājs
giáo viên
papīrs
giấy
rakstīt
viết
pildspalva
cây bút
rakstāmgalds
bàn làm việc
lineāls
cây thước
grāmata
sách
skolēns
học sinh

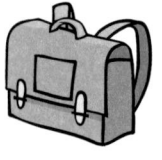

skolas soma

cặp đeo vai học sinh

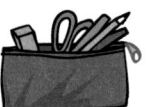

penālis

hộp đựng bút

zīmulis

bút chì

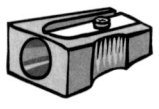

zīmuļu asināmais

cái gọt bút chì

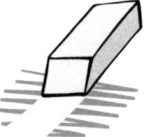

dzēšgumija

cục tẩy

zīmēšanas bloks

tập giấy vẽ

zīmējums

bản vẽ

ota

cọ vẽ

krāsas

hộp mực vẽ

šķēres

cây kéo

līme

keo dán

darba burtnīca

sách bài tập

mājas darbs

bài tập ở nhà

skaitlis

số

saskaitīt

cộng

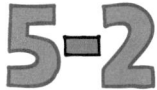

atņemt

trừ

reizināt

nhân

rēķināt

tính toán

burts

chữ cái

alfabēts

bảng chữ cái

vārds

từ

teksts

văn bản

lasīt

đọc

krīts

phấn viết

mācību stunda

bài học

žurnāls

sổ lớp

eksāmens

thi kiểm tra

liecība

chứng chỉ

skolas forma

đồng phục học sinh

izglītība

giáo dục

enciklopēdija

từ điển bách khoa

universitāte

đại học

mikroskops

kính hiển vi

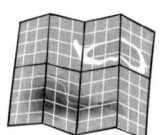

karte

bản đồ

papīrgrozs

thùng rác giấy

ceļojums
du lịch

viesnīca
khách sạn
Grand
hostelis
nhà trọ
ROOMS
EXCHANGE
valūtas maiņas punkts
quầy đổi tiền
čemodāns
va li
automašīna
xe ô tô

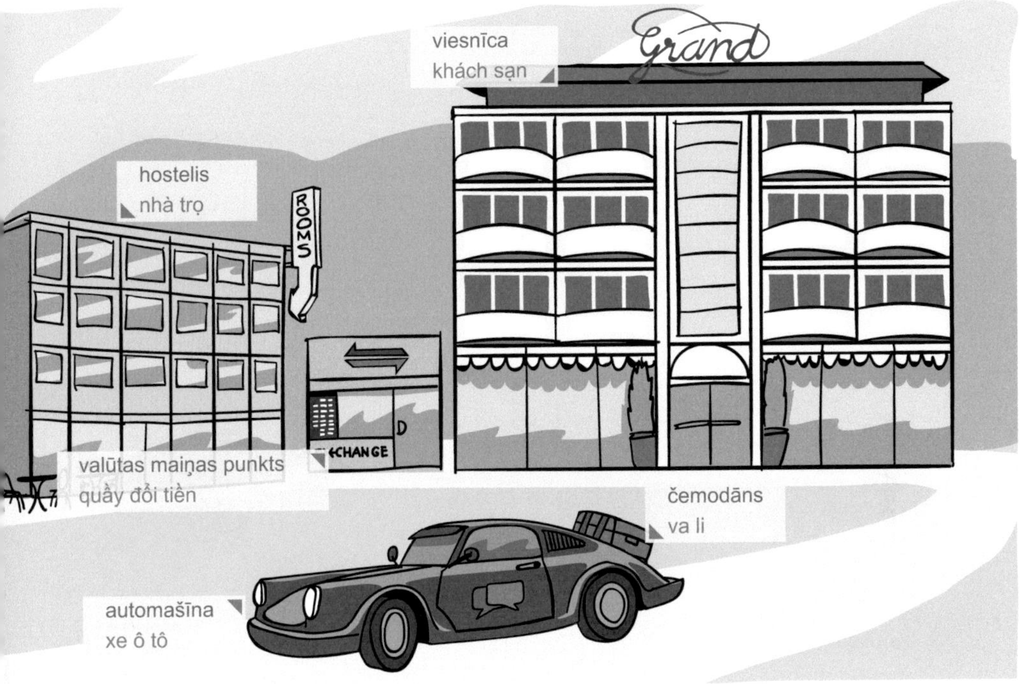

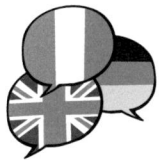

Valoda

ngôn ngữ

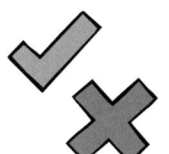

jā / nē

có / không

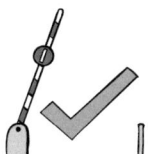

Okay

ô kê

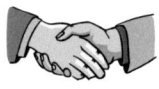

Sveiki!

Xin chào

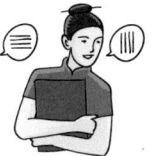

tulks

thông dịch viên

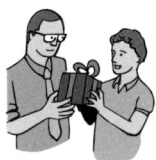

paldies

cám ơn

Cik maksā…?

… bao nhiêu tiều?

Es nesaprotu

tôi không hiểu

problēma

vấn đề

Labvakar!

Xin chào! (buổi tối)

Labrīt!

xin chào! (buổi sáng)

Ar labu nakti!

chúc ngủ ngon!

Uz redzēšanos

tạm biệt

virziens

hướng đi

bagāža

hành lý

soma

túi xách

mugursoma

túi ba lô

viesis

khách

istaba

phòng

guļammaiss

túi ngủ

telts

lều

tūrisma informācija

thông tin du lịch

pludmale

bãi biển

kredītkarte

thẻ tín dụng

brokastis

ăn sáng

pusdienas

ăn trưa

vakariņas

ăn tối

biļete

vé xe

lifts

thang máy

pastmarka

tem bưu điện

robeža

biên giới

muita

hải quan

vēstniecība

đại sứ quán

vīza

thị thực

pase

hộ chiếu

transports
vận chuyển

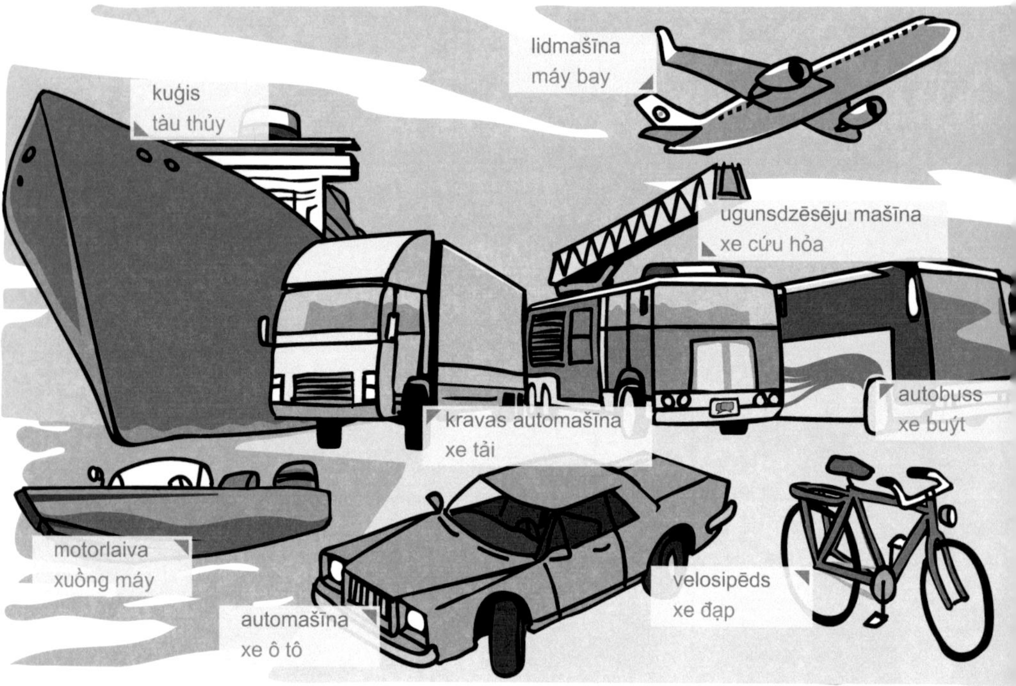
lidmašīna
máy bay
kuģis
tàu thủy
ugunsdzēsēju mašīna
xe cứu hỏa
autobuss
xe buýt
kravas automašīna
xe tải
motorlaiva
xuồng máy
velosipēds
xe đạp
automašīna
xe ô tô

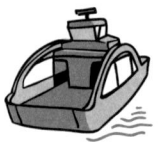

prāmis

phà

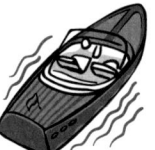

laiva

xuồng

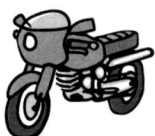

motocikls

xe máy

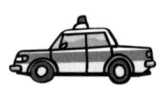

policijas automašīna

xe cảnh sát

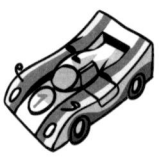

sacīkšu automobilis

xe đua

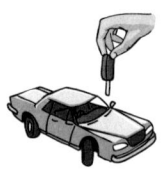

nomas auto

xe cho thuê

auto koplietošana

dịch vụ thuê xe tự lái

evakuators

xe kéo cứu hộ

atkritumu mašīna

xe rác

dzinējs

động cơ

benzīns

xăng

degvielas uzpildes stacija

trạm xăng

ceļa zīme

biển báo giao thông

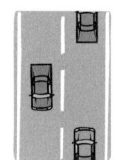

satiksme

giao thông

sastrēgums

ách tắc giao thông

stāvvieta

bãi đậu xe

dzelzceļa stacija

nhà ga

sliedes

đường ray

vilciens

xe lửa

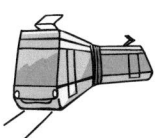

tramvajs

tàu điện

vagons

toa xe

helikopters

máy bay trực thăng

lidosta

sân bay

tornis

tháp

pasažieris

hành khách

konteiners

côngtenơ

kaste

thùng các-tông

ratiņi

xe đẩy

grozs

cái giỏ

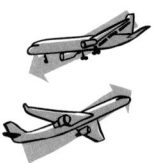

pacelties / nosēsties

cất cánh / hạ cánh

pilsēta
thành phố

ciems

làng

pilsētas centrs

trung tâm thành phố

māja

nhà

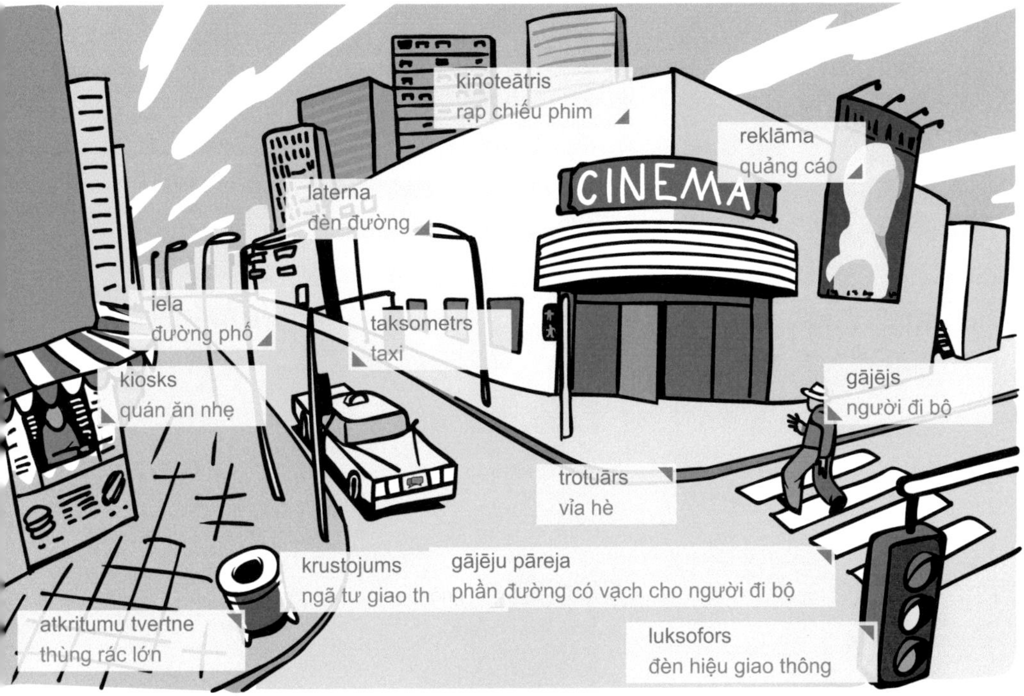

kinoteātris
rạp chiếu phim
reklāma
quảng cáo
CINEMA
laterna
đèn đường
iela
đường phố
taksometrs
taxi
kiosks
quán ăn nhẹ
gājējs
người đi bộ
trotuārs
vỉa hè
krustojums
ngã tư giao th
gājēju pāreja
phần đường có vạch cho người đi bộ
atkritumu tvertne
thùng rác lớn
luksofors
đèn hiệu giao thông

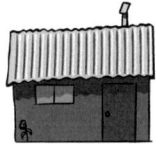

būda

nhà chòi

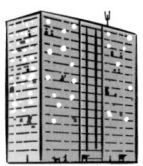

dzīvoklis

căn hộ

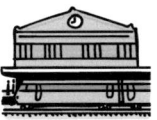

dzelzceļa stacija

nhà ga

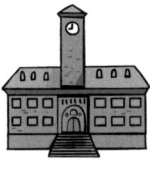

rātsnams

tòa thị chính

MUSEUM

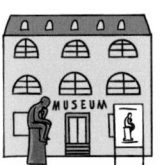

muzejs

viện bảo tàng

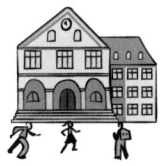

skola

trường học

universitāte

đại học

banka

ngân hàng

slimnīca

bệnh viện

viesnīca

khách sạn

aptieka

hiệu thuốc

birojs

văn phòng

grāmatnīca

hiệu sách

veikals

cửa hiệu

ziedu veikals

cửa hiệu bán hoa

lielveikals

siêu thị

tirgus

chợ

tirdzniecības centrs

cửa hàng bách hóa

zivju tirgotājs

người bán cá

tirdzniecības centrs

trung tâm mua bán

osta

bến cảng

parks

công viên

sols

ghế băng

tilts

cầu

kāpnes

cầu thang

metro

tàu điện ngầm

tunelis

đường hầm

autobusa pieturvieta

trạm xe buýt

bārs

quán bar

restorāns

khách sạn

pastkastīte

hòm thư công cộng

ielas nosaukuma plāksne

bảng hiệu đường

stāvlaika skaitītājs

đồng hồ đậu xe

zooloģiskais dārzs

vườn bách thú

peldbaseins

bể bơi

mošeja

nhà thờ Hồi giáo

zemnieku saimniecība

nông trại

vides piesārņojums

ô nhiễm môi trường

kapsēta

nghĩa trang

baznīca

nhà thờ

spēļu laukums

sân chơi

templis

ngôi đền

ainava
phong cảnh

lapa
lá cây

ceļrādis
bảng chỉ đường

ceļš
lối đi

pļava
bãi cỏ

akmens
hòn đá

ceļotājs
người đi bộ đường dài

koks
cây

upe
sông

zāle
cỏ

puķe
bông hoa

ieleja

thung lũng

kalns

đồi

ezers

hồ nước

mežs

rừng

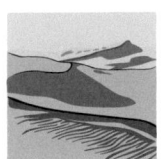

tuksnesis

sa mạc

vulkāns

núi lửa

pils

lâu đài

varavīksne

cầu vồng

sēne

nấm

palma

cây cọ

moskīts

con muỗi

muša

con ruồi

skudra

con kiến

bite

con ong

zirneklis

con nhện

vabole

bọ cánh cứng

varde

con ếch

vāvere

con sóc

ezis

con nhím

zaķis

con thỏ

pūce

con cú

putns

con chim

gulbis

thiên nga

meža cūka

heo rừng

briedis

con hươu

alnis

nai sừng tấm

aizsprosts

đê

vēja ģenerators

tuabin gió

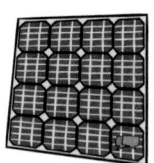

saules baterija

tấm năng lượng mặt trời

klimats

khí hậu

restorāns
khách sạn

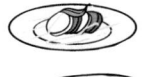

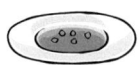

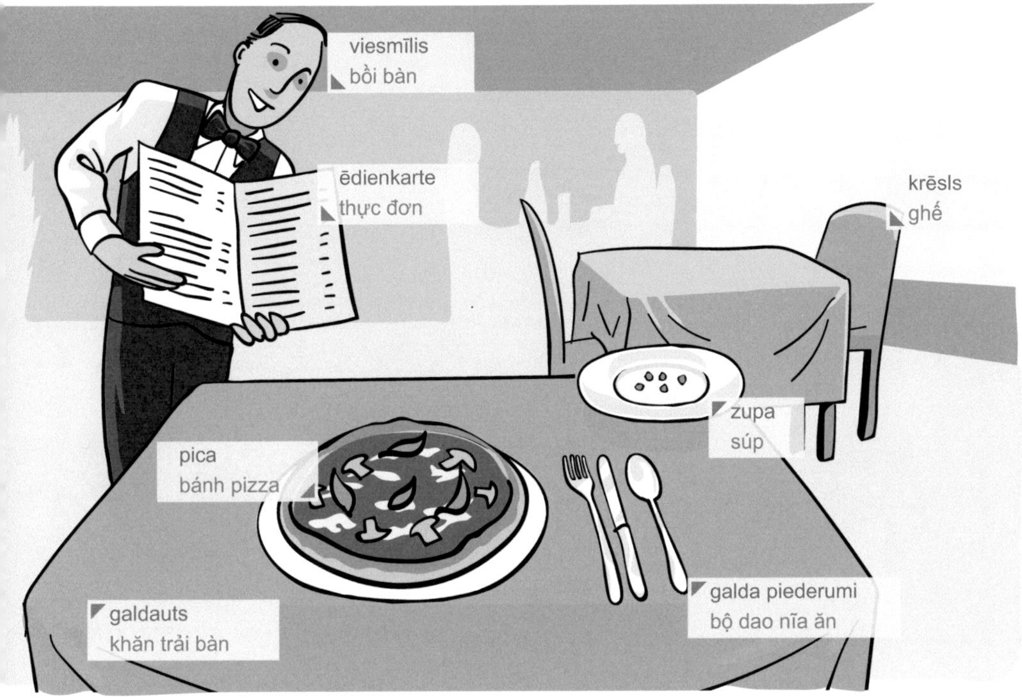
viesmīlis
bồi bàn
ēdienkarte
thực đơn
krēsls
ghế
zupa
súp
pica
bánh pizza
galda piederumi
bộ dao nĩa ăn
galdauts
khăn trải bàn

uzkoda

món ăn khai vị

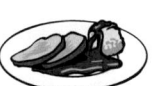

pamatēdiens

món ăn chính

deserts

món tráng miệng

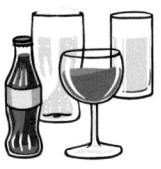

dzērieni

thức uống

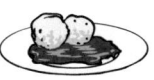

ēdiens

thức ăn

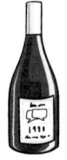

pudele

cái chai

ātrās uzkodas

thức ăn nhanh

ielu uzkodas

thức ăn đường phố

tējkanna

ấm trà

cukurtrauks

hộp đường

porcija

khẩu phần

espresso kafijas automāts

máy pha espresso

bāra krēsls

ghế cao

rēķins

hóa đơn

paplāte

khay

nazis

dao

dakša

nĩa

karote

thìa

tējkarote

thìa uống trà

salvete

khăn ăn

glāze

cốc thủy tinh

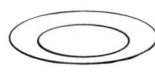

šķīvis

đĩa

zupas šķīvis

đĩa súp

apakštase

đĩa lót cốc

mērce

nước sốt

sāls trauciņš

lọ muối

piparu dzirnaviņas

cái xay tiêu

etiķis

giấm

eļļa

dầu

garšvielas

gia vị

kečups

nước xốt cà chua

sinepes

tương hạt cải

majonēze

nước sốt mayonnaise

lielveikals

siêu thị

piedāvājums
chào giá đặc biệt
FOR
klients
khách hàng
piena produkti
sản phẩm từ sữa
augļi
trái cây
iepirkumu ratiņi
xe đẩy mua sắm

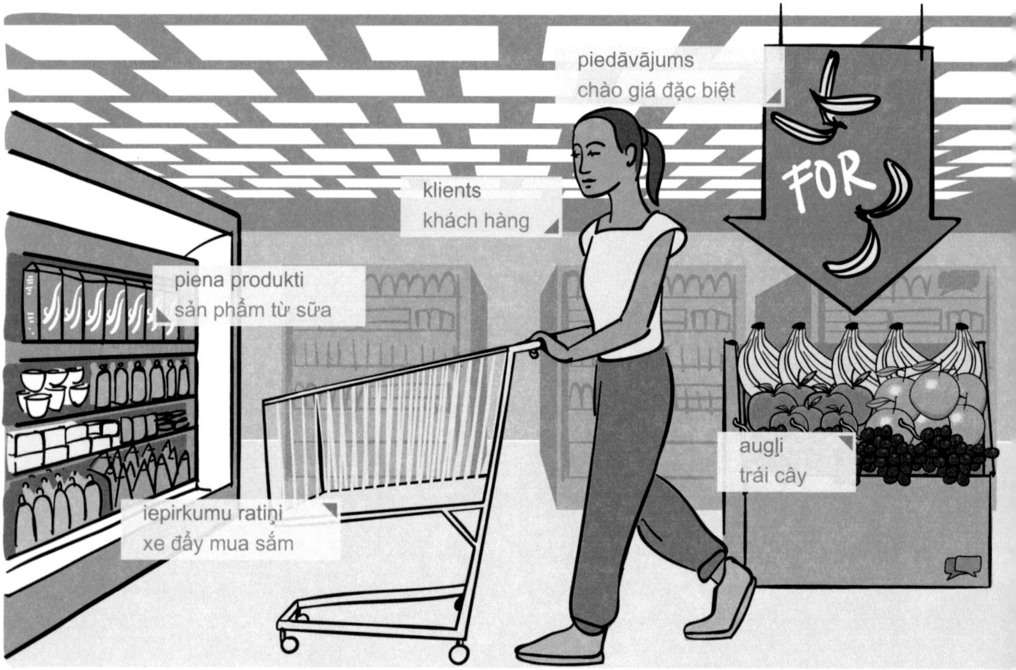

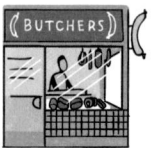

BUTCHERS

kautuve

lò mổ

BAKERY

maizes veikals

cửa hiệu bán bánh mì

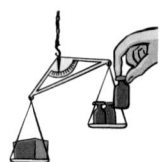

svērt

cân nặng

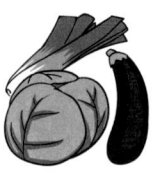

dārzeņi

rau quả

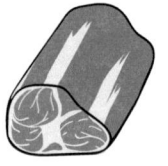

gaļa

thịt

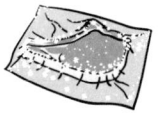

saldēti produkti

thức ăn đông lạnh

aukstās gaļas uzkodas

lát thịt nguội

konservi

đồ hộp

pulveris

bột giặt

saldumi

đồ ngọt

mājsaimniecības preces

sản phẩm dùng trong gia đình

tīrīšanas līdzeklis

chất tẩy rửa

pārdevēja

người bán hàng

kase

quầy trả tiền

kasieris

nhân viên thu ngân

iepirkumu saraksts

danh sách mua sắm

darba laiks

giờ mở cửa

maks

ví tiền

kredītkarte

thẻ tín dụng

soma

túi đeo

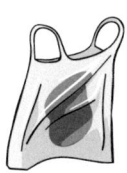

maisiņš

túi ny lông

ūdens

nước

sula

nước quả ép

piens

sữa

kola

coca-cola

vīns

rượu vang

alus

bia

alkohols

cồn

kakao

cacao

tēja

trà

kafija

cà phê

espresso

espresso

kapučīno

cappuccino

banāns

chuối

ābols

quả táo

apelsīns

quả cam

melone

dưa hấu

citrons

chanh

burkāns

cà rốt

ķiploks

tỏi

bambuss

tre

sīpols

củ hành

sēne

nấm

rieksti

hạt dẻ

makaroni

mì

spageti

mì spaghetti

rīsi

cơm

salāti

xà lách

frī kartupeļi

khoai tây chiên

cepti kartupeļi

khoai tây chiên

pica

bánh pizza

hamburgers

bánh hamburger

sviestmaize

bánh mì sandwich

šnicele

thịt côtlet

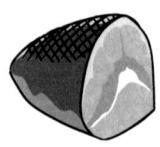

šķiņķis

thịt giăm bông

salami

xúc xích

desa

dồi

vista

gà

cepetis

rán

zivs

cá

auzu pārslas

cháo yến mạch

muslis

cháo muesli

brokastu pārslas

bánh bột ngô nướng

milti

bột mì

radziņš

bánh sừng bò

brokastu maizītes

bánh mì

maize

bánh mì

tostermaize

bánh mì nướng

cepumi

bánh bích quy

sviests

bơ

biezpiens

sữa đông

kūka

bánh ngọt

ola

trứng

cepta ola

trứng rán

siers

pho mát

saldējums

kem

cukurs

đường

medus

mật ong

marmelāde

mứt

riekstu krēms

kem nougat

karijs

cà ri

zemnieku saimniecība
nông trại

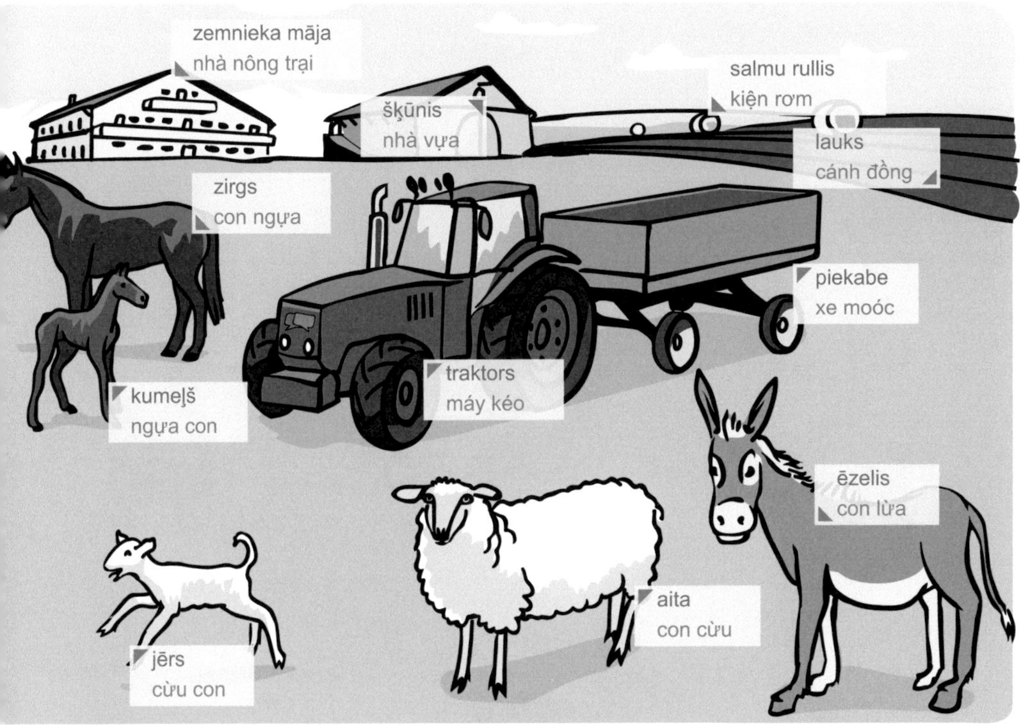
zemnieka māja
nhà nông trại
šķūnis
nhà vựa
salmu rullis
kiện rơm
lauks
cánh đồng
zirgs
con ngựa
piekabe
xe moóc
traktors
máy kéo
kumeļš
ngựa con
ēzelis
con lừa
aita
con cừu
jērs
cừu con

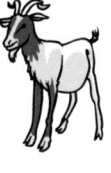

kaza
con dê

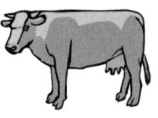

govs
con bò

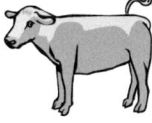

teļš
con bê

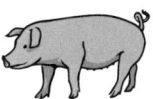

cūka
con lợn

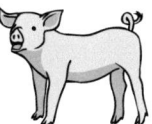

sivēns
lợn con

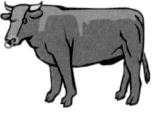

bullis
bò đực

zoss

con ngỗng

pīle

con vịt

cālis

gà con

vista

gà mái

gailis

gà trống

žurka

con chuột

kaķis

mèo

pele

chuột nhắt

vērsis

bò đực

suns

con chó

suņa būda

nhà chuồng chó

dārza šļūtene

ống tưới vườn cây

lejkanna

thùng tưới cây

izkapts

lưỡi hái

arkls

cái cày

sirpis

cái liềm

kaplis

cái cuốc

mēslu dakša

cái chĩa

cirvis

cái rìu

ķerra

xe cút kít

sile

máng ăn

piena kanna

lọ sữa

maiss

bao tải

žogs

hàng rào

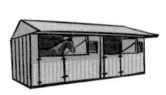

kūts

chuồng

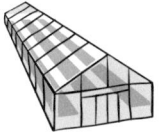

siltumnīca

nhà kính trồng cây

augsne

đất trồng

sēklas

hạt giống

mēslojums

phân bón

kombains

máy gặt đập liên hợp

novākt ražu

thu hoạch

raža

mùa thu hoạch

jamss

khoai lang

kvieši

lúa mì

soja

đậu nành

kartupelis

khoai tây

kukurūza

ngô

rapsis

hạt cải dầu

augļu koks

cây ăn trái

manioka

sắn

labība

ngũ cốc

māja

nhà

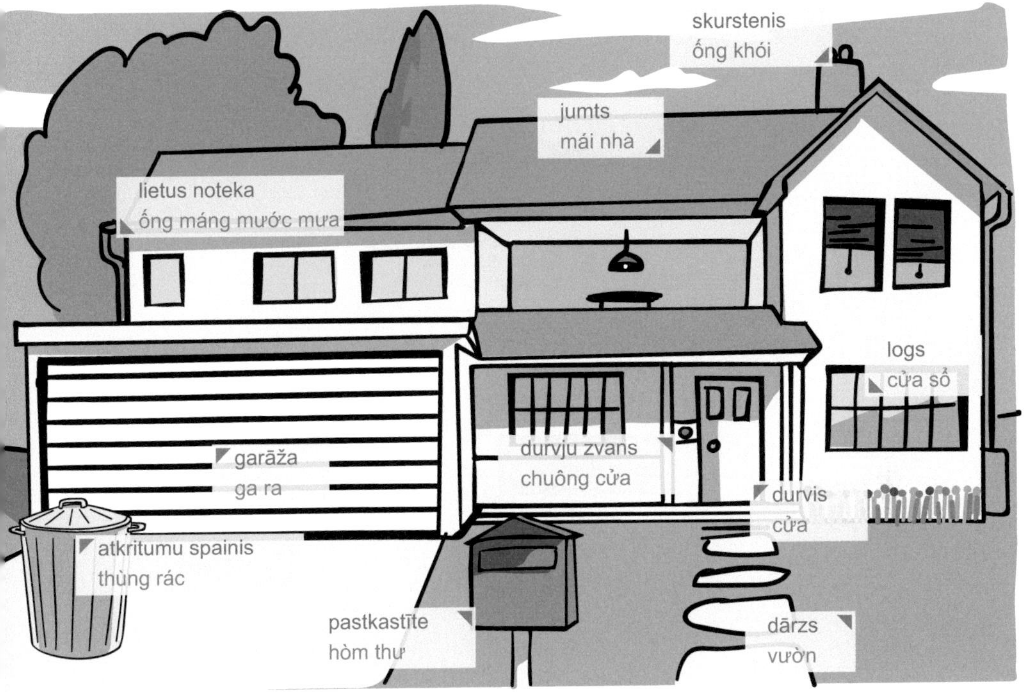

skurstenis
ống khói
jumts
mái nhà
lietus noteka
ống máng mước mưa
logs
cửa sổ
durvju zvans
chuông cửa
garāža
ga ra
durvis
cửa
atkritumu spainis
thùng rác
pastkastīte
hòm thư
dārzs
vườn

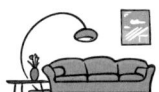

viesistaba

phòng khách

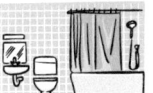

vannas istaba

phòng tắm

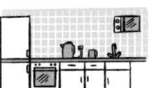

virtuve

bếp

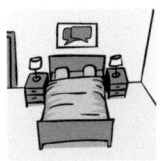

guļamistaba

phòng ngủ

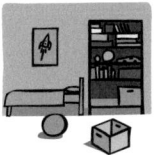

bērnu istaba

phòng trẻ em

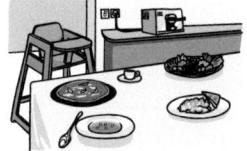

ēdamistaba

phòng ăn

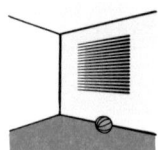

grīda

nền nhà

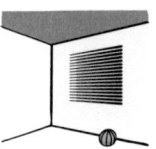

siena

tường

griesti

trần nhà

pagrabs

tầng hầm

sauna

tắm hơi

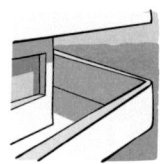

balkons

ban công

terase

sân hiên

baseins

bể bơi

zāles pļāvējs

máy cắt cỏ

gultas veļa

khăn trải giường

sega

khăn trải giường

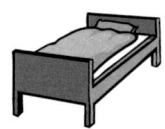

gulta

giường

slota

chổi

spainis

cái xô

slēdzis

công tắc điện

viesistaba
phòng khách

tapetes
giấy dán tường
attēls
hình ảnh
lampa
đèn
plaukts
cái kệ
skapis
tủ
televizors
ti vi
kamīns
lò sưởi
puķe
bông hoa
spilvens
gối
dīvāns
ghế sofa
vāze
bình hoa
tālvadības pults
điều khiển từ xa

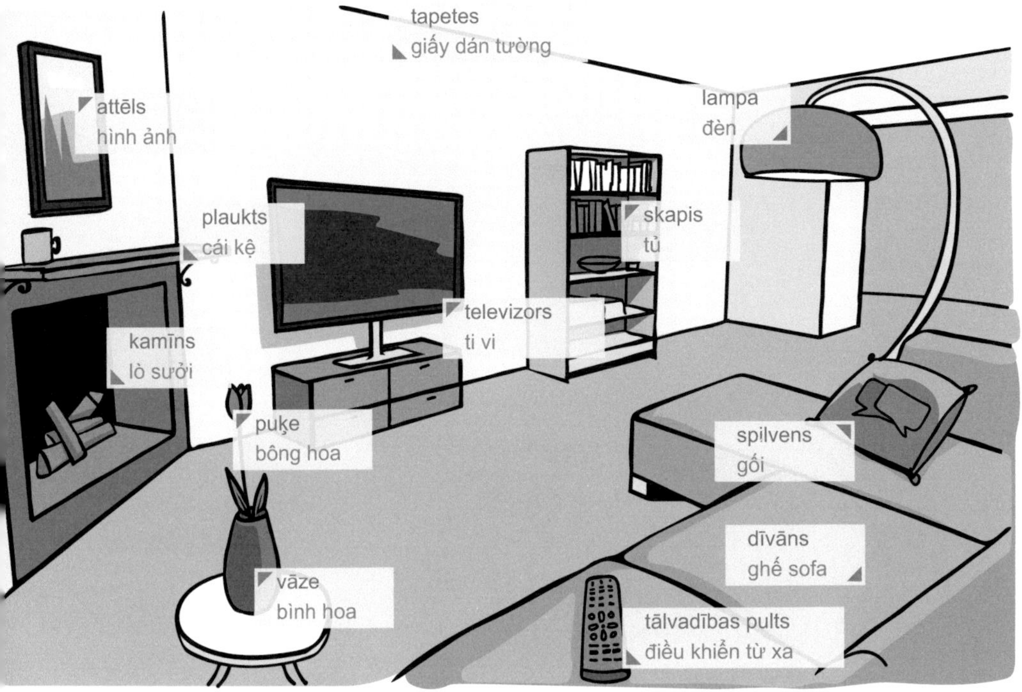

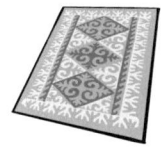

paklājs

thảm

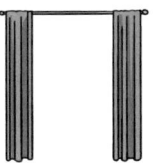

aizkars

rèm

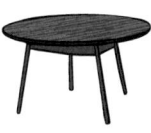

galds

cái bàn

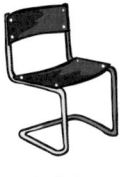

krēsls

ghế

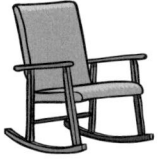

šūpuļkrēsls

ghế bập bênh

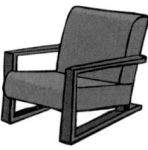

atpūtas krēsls

ghế bành

grāmata

sách

sega

cái chăn

dekorācija

đồ trang trí

malka

củi

filma

phim

mūzikas centrs

máy hi-fi

atslēga

chìa khóa

avīze

báo

glezna

bức tranh

plakāts

áp phích

radio

radio

pierakstu blociņš

sổ ghi chép

putekļu sūcējs

máy hút bụi

kaktuss

cây xương rồng

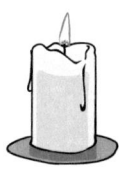

svece

cây nến

virtuve
bếp

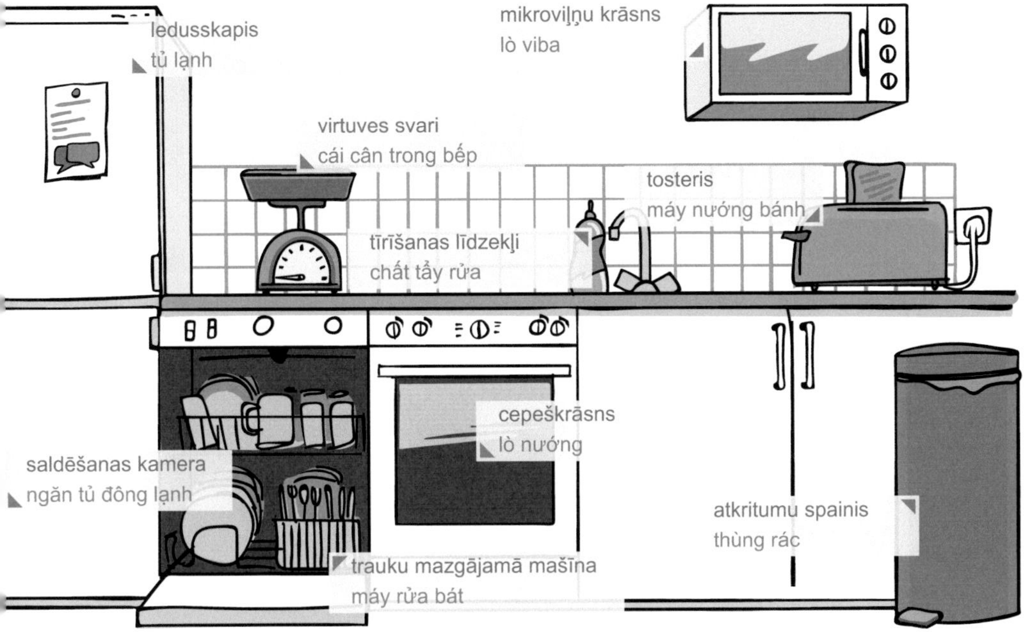

ledusskapis
tủ lạnh
mikroviļņu krāsns
lò viba
virtuves svari
cái cân trong bếp
tosteris
máy nướng bánh
tīrīšanas līdzekļi
chất tẩy rửa
cepeškrāsns
lò nướng
saldēšanas kamera
ngăn tủ đông lạnh
atkritumu spainis
thùng rác
trauku mazgājamā mašīna
máy rửa bát

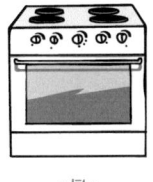

plīts

lò nấu

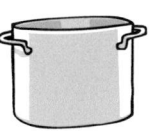

pods

nồi

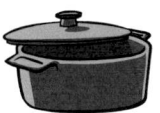

katls

nồi sắt

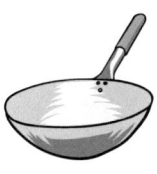

Wok panna

chảo

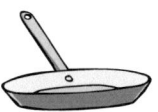

panna

chảo

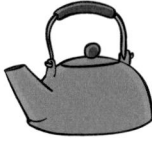

elektriskā tējkanna

ấm đun nước

tvaika katls

nồi đun hơi

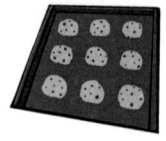

cepešpanna

khay lò nướng

trauki

bát đĩa

krūze

cốc

bļoda

cái bát

irbulīši

đũa

kauss

cái vá

lāpstiņa

bàn xẻng

putošanas slotiņa

que đánh kem

sietiņš

rây dùng trong bếp

siets

cái rây lọc

rīve

cái nạo

piesta

vữa

grilēt

vỉ nướng

atklāts pavards

ngọn lửa trần

dēlis

cái thớt

mīklas rullis

trục cán bột

korķu viļķis

cái mở nút chai

bundža

vỏ đồ hộp

konservu nazis

cái mở vỏ đồ hộp

virtuves cimdi

miếng nhắc nồi

izlietne

bồn rửa bát

birste

bàn chải

sūklis

miếng xốp

mikseris

máy xay

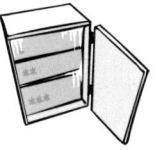

saldētava

tủ đông lạnh

bērna pudelīte

bình sữa cho trẻ sơ sinh

ūdenskrāns

vòi nước

vannas istaba

phòng tắm

duša
vòi hoa sen
apkure
lò sưởi
dvielis
khăn lau
dušas aizkari
rèm che ngăn tắm
vannas putas
tắm bọt
vanna
bồn tắm
glāze
cốc thủy tinh
veļas mašīna
máy giặt
ūdenskrāns
vòi nước
flīzes
gạch lát
podiņš
cái bô
izlietne
bồn rửa bát

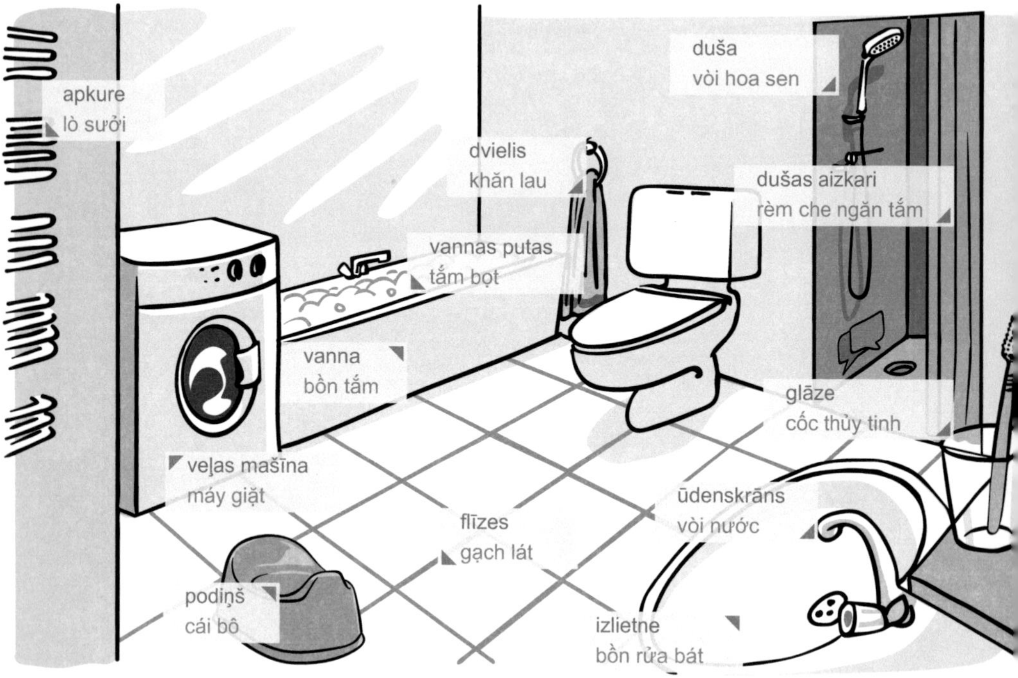

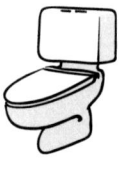

tualetes pods

bồn cầu

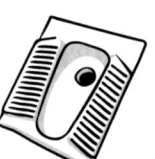

Āzijas tipa tualete

bồn cầu ngồi xổm

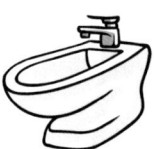

bidē

bồn rửa hậu môn

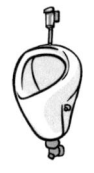

pisuārs

bồn tiểu tiện

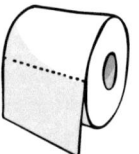

tualetes papīs

giấy vệ sinh

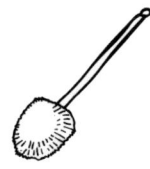

tualetes birste

bàn chải cọ bồn cầu

zobu birste

bàn chải đánh răng

zobu pasta

kem đánh răng

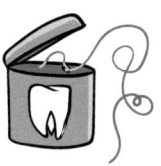

zobu diegs

chỉ nha khoa

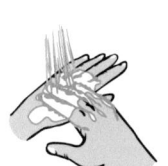

mazgāt

rửa

rokas duša

vòi sen cầm tay

duša

vòi rửa hậu môn

bļoda

bồn rửa

muguras mazgāšanas birste

bàn chải cọ lưng

ziepes

xà phòng

dušas želeja

sữa tắm

šampūns

dầu gội

mazgāšanas drāna

khăn cọ để tắm

noteka

lỗ thoát nước

krēms

kem

dezodorants

chất khử mùi

spogulis

gương

spogulītis

gương tay

skuveklis

dao cạo râu

skūšanās putas

kem cạo râu

losjons pēc skūšanās

nước thơm dùng sau khi
cạo râu

ķemme

cái lược

matu suka

bàn chải

matu fēns

máy xấy tóc

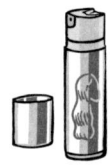

matu laka

keo xịt tóc

grima komplekts

đồ trang điểm

lūpu krāsa

thỏi son môi

nagulaka

sơn bôi móng

vate

bông

šķērītes

kéo cắt móng

smaržas

nước hoa

kosmētikas maks

túi đựng đồ tắm

ķeblītis

ghế đẩu

svari

cái cân

halāts

áo choàng tắm

tīrīšanas cimdi

găng tay làm vệ sinh

tampons

nút gạc

pakete

băng vệ sinh

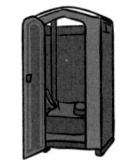

ķīmiskā tualete

nhà vệ sinh hóa chất

bērnu istaba

phòng trẻ em

modinātājs
đồng hồ báo thức
mīkstā rotaļlieta
thú bông
spēļu automašīna
xe đồ chơi
grabulis
cái lúc lắc
leļļu māja
nhà búp bê
dāvana
món quà

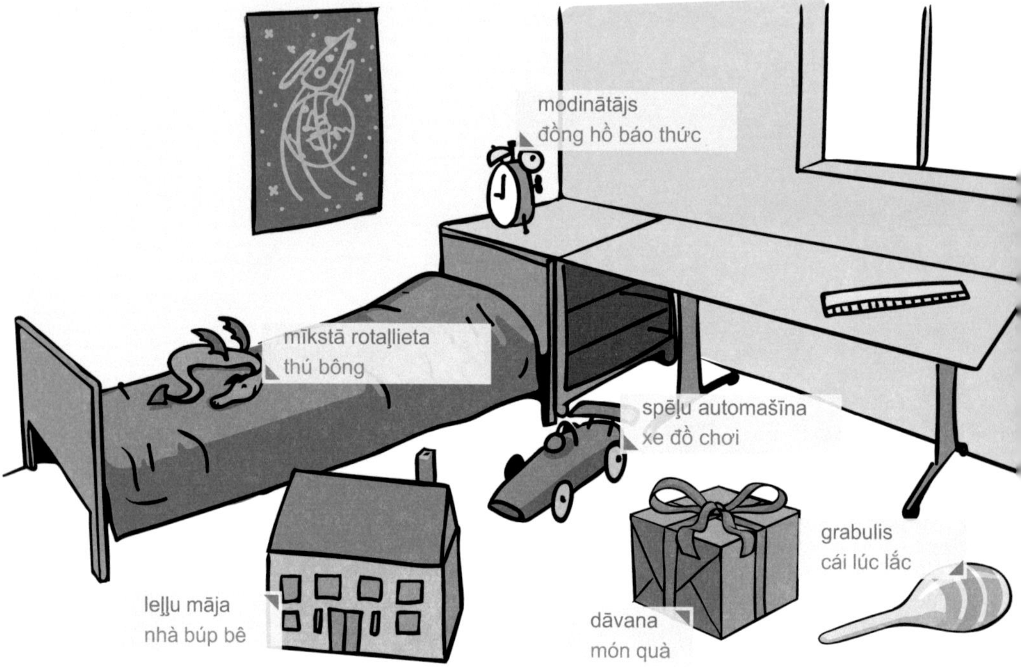

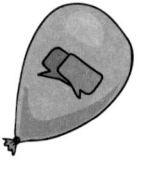

balons

bong bóng

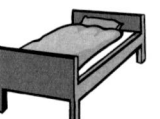

gulta

giường

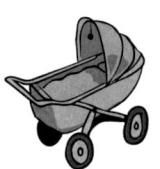

bērnu ratiņi

xe nôi

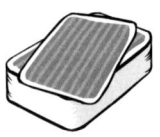

kārtis

trò chơi bài

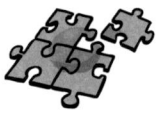

puzle

trò chơi ghép hình

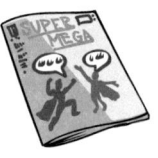

komikss

truyện tranh

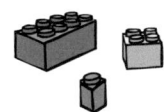

LEGO klucīši

gạch Lego

klucīši

khối xếp hình

varoņu figūra

nhân vật hành động

rāpulītis

o liền quần cho trẻ sơ sinh

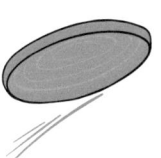

lidojošais šķīvītis

đĩa nhựa để ném

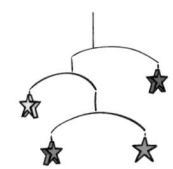

muzikālais karuselis

đồ chơi treo trên giường

galda spēle

trò chơi cờ bàn

metamais kauliņš

xúc xắc

rotaļu dzelzceļš

đồ chơi xe lửa mô hình

māneklis

ti giả

ballīte

buổi tiệc

bilžu grāmata

sách tranh

bumba

quả bóng

lelle

búp bê

spēlēt

chơi

smilšu kaste

hố cát

šūpoles

cái đu

rotaļlietas

đồ chơi

spēļu konsole

máy chơi game cầm tay

trīsritenis

xe ba bánh

plīša lācītis

gấu bông

drēbju skapis

tủ quần áo

apģērbs
y phục

īszeķes

bít tất

zeķes

bít tất dài

zeķbikses

quần tất

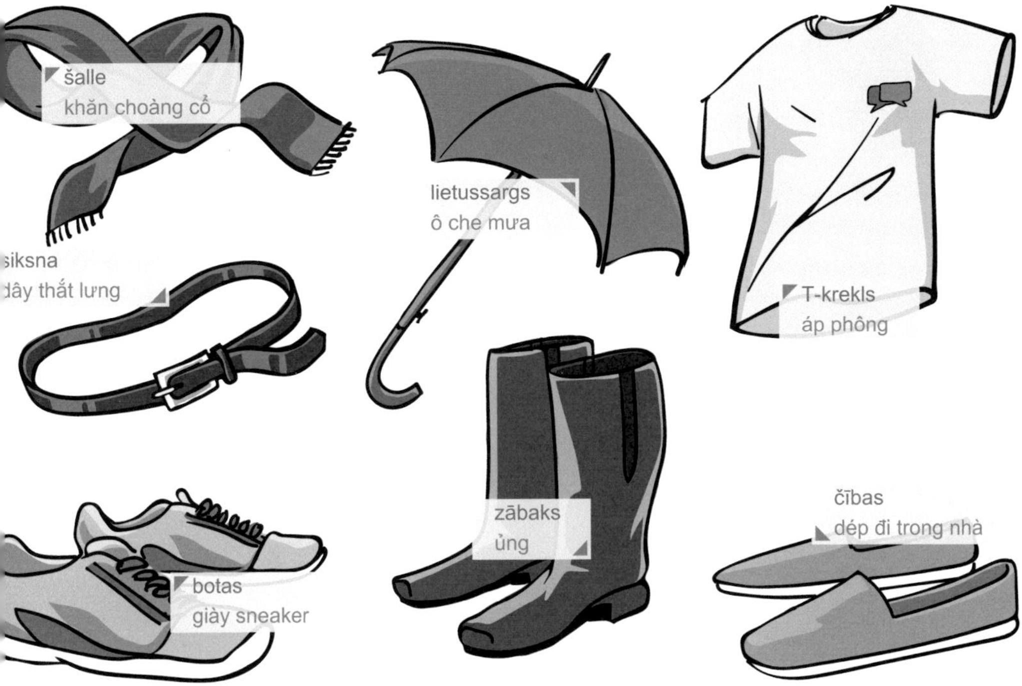

šalle
khăn choàng cổ

lietussargs
ô che mưa

T-krekls
áp phông

siksna
dây thắt lưng

zābaks
ủng

čības
dép đi trong nhà

botas
giày sneaker

sandales
dép xăng đan

kurpes
giày

gumijas zābaki
ủng cao su

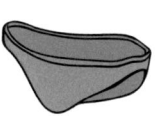
apakšbikses
quần lót

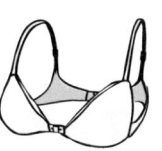
krūšturis
áo ngực

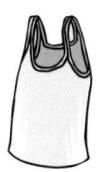
apakškrekls
áo vest

apǵērbs - y phục

45

bodijs

áo ôm sát cơ thể

bikses

quần dài

džinsi

quần bò

svārki

váy

blūze

áo cánh

krekls

áo sơ mi

pulovers

áo len chui đầu

džemperis

áo len

žakete

áo blazer

jaka

áo jacket

mētelis

áo khoác

lietus mētelis

áo mưa

kostīms

trang phục

kleita

áo váy

kāzu kleita

áo cưới

uzvalks

bộ com lê

naktskrekls

áo ngủ

pidžama

pijama

sari

trang phục sari

lakats

khăn trùm đầu

turbāns

khăn đội đầu

burka

áo burka

kaftāns

áo captan

abaja

áo aba

peldkostīms

quần áo bơi

peldbikses

quần bơi

šorti

quần đùi

treniņtērps

quần áo tracksuit

priekšauts

tạp dề

cimdi

găng tay

poga

cái cúc

brilles

kính mắt

rokassprādze

vòng đeo tay

kaklarota

vòng cổ

gredzens

nhẫn

auskars

hoa tai

cepure

mũ lưỡi trai

drēbju pakaramais

cái mắc treo áo quần

platmale

mũ

kaklasaite

cà vạt

rāvējslēdzējs

dây kéo phéc mơ tuya

ķivere

mũ bảo hiểm

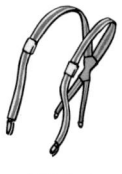

bikšturi

dây đeo quần

skolas forma

đồng phục học sinh

uniforma

đồng phục

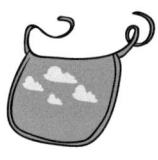

priekšautiņš

yếm trẻ em

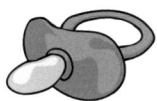

māneklis

ti giả

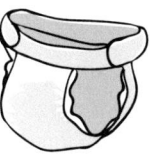

autiņbiksītes

tã lót

birojs

văn phòng

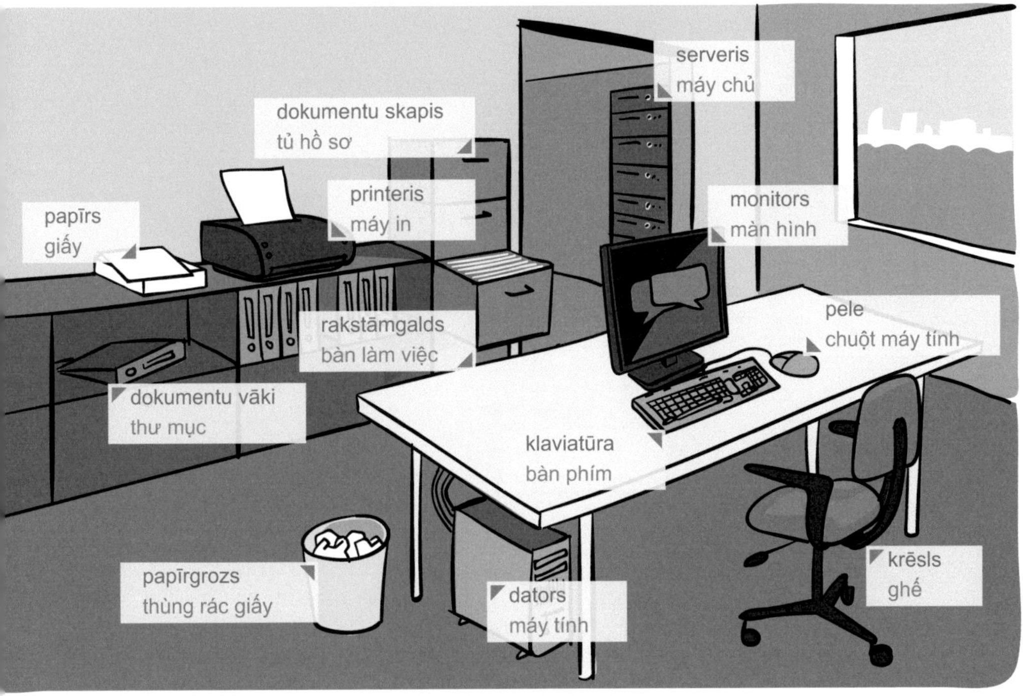
serveris
máy chủ
dokumentu skapis
tủ hồ sơ
printeris
máy in
papīrs
giấy
monitors
màn hình
rakstāmgalds
bàn làm việc
pele
chuột máy tính
dokumentu vāki
thư mục
klaviatūra
bàn phím
krēsls
ghế
papīrgrozs
thùng rác giấy
dators
máy tính

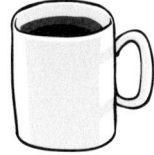

kafijas krūze

cốc cà phê

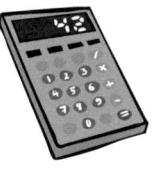

kalkulators

máy tính bỏ túi

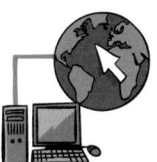

internets

internet

portatīvais dators

laptop

vēstule

thư

ziņa

tin nhắn

mobilais tālrunis

điện thoại di động

tīkls

mạng

kopētājs

máy photocopy

programmatūra

phần mềm

telefons

điện thoại

rozete

ổ cắm điện

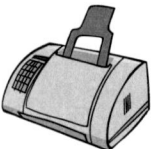

faksa aparāts

máy fax

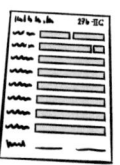

formulārs

mẫu đơn

dokuments

chứng từ

pirkt

mua

samaksāt

trả tiền

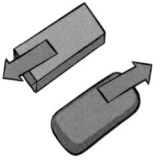

tirgot

buôn bán

nauda

tiền

USD

dolārs

đô la

EUR

eiro

Euro

JPY

jēna

yên

RUB

rublis

rúp

CHF

franks

franc Thụy Sĩ

CNY

juaņa renminbi

nhân dân tệ

INR

rūpija

rupi

bankomāts

máy rút tiền tự động

valūtas maiņas punkts

quầy đổi tiền

zelts

vàng

sudrabs

bạc

nafta

dầu

enerģija

năng lượng

cena

giá tiền

līgums

hợp đồng

nodoklis

thuế

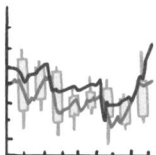

akcija

cổ phiếu

strādāt

làm việc

darbinieks

nhân viên

darba devējs

chủ lao động

fabrika

nhà máy

veikals

cửa hiệu

profesijas
nghề nghiệp

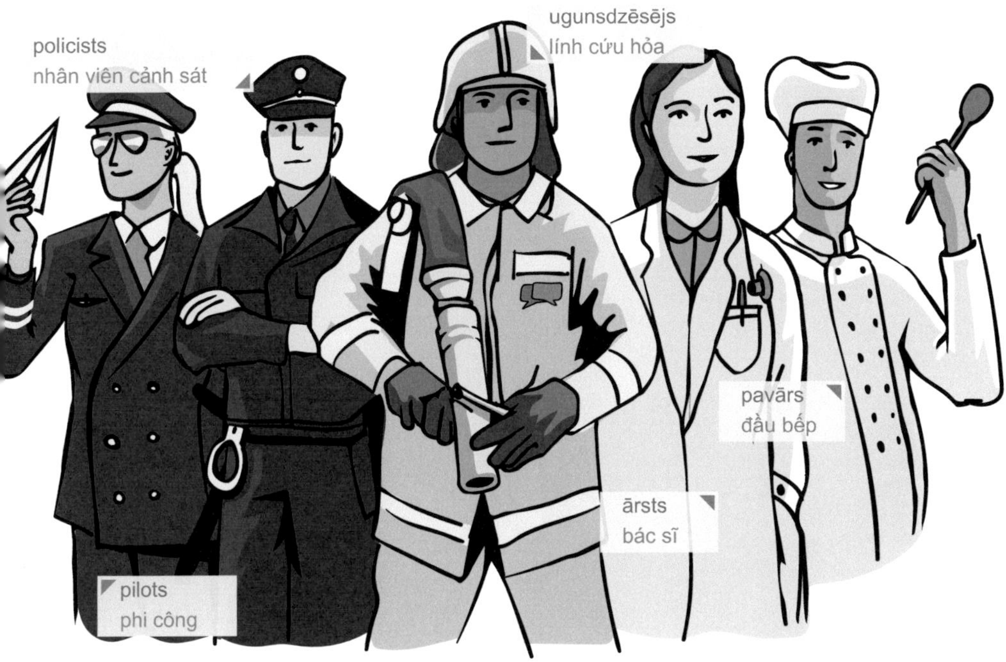

policists
nhân viên cảnh sát
ugunsdzēsējs
lính cứu hỏa
pavārs
đầu bếp
ārsts
bác sĩ
pilots
phi công

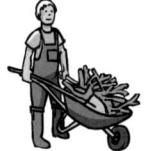

dārznieks

người làm vườn

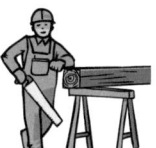

galdnieks

thợ mộc

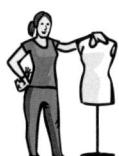

šuvēja

thợ may

tiesnesis

chánh án

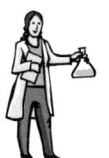

ķīmiķis

nhà hóa học

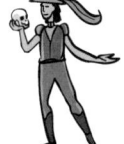

aktieris

diễn viên

autobusa vadītājs

tài xế xe buýt

taksometra vadītājs

người lái taxi

zvejnieks

ngư dân

apkopēja

người lau dọn vệ sinh

jumiķis

thợ lợp mái nhà

viesmīlis

bồi bàn

mednieks

thợ săn

gleznotājs

họa sĩ

maiznieks

thợ làm bánh

elektriķis

thợ điện

celtnieks

thợ xây dựng

inženieris

kỹ sư

miesnieks

người hàng thịt

skārdnieks

thợ sửa ống nước

pastnieks

người đưa thư

karavīrs

người lính

arhitekts

kiến trúc sư

kasieris

nhân viên thu ngân

florists

người bán hoa

frizieris

thợ cắt tóc

konduktors

nhân viên soát vé

mehāniķis

thợ cơ khí

kapteinis

thuyền trưởng

zobārsts

nha sĩ

zinātnieks

nhà khoa học

rabīns

giáo sĩ Do thái

imāms

lãnh tụ Hồi giáo

mūks

nhà sư

mācītājs

mục sư

instrumenti
dụng cụ

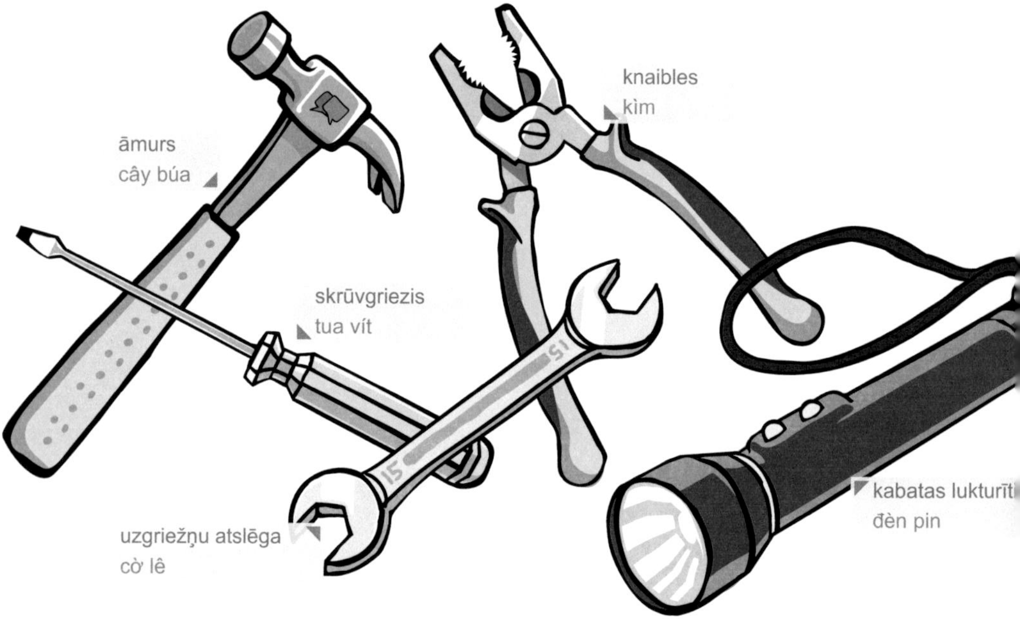

knaibles
kìm
āmurs
cây búa
skrūvgriezis
tua vít
kabatas lukturīti
đèn pin
uzgriežņu atslēga
cờ lê

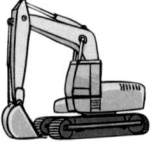

ekskavators

máy xúc đất

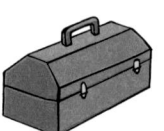

instrumentu kaste

hộp dụng cụ

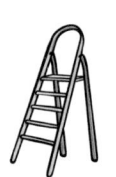

kāpnes

cái thang

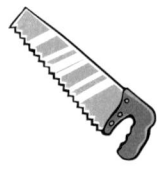

zāģis

cưa

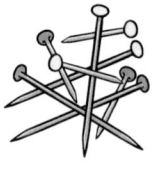

naglas

đinh

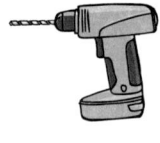

urbis

máy khoan

remontēt

sửa chữa

lāpsta

cái xẻng

Velns!

khốn nạn!

liekšķere

cái hót rác

krāsas bundža

thùng sơn

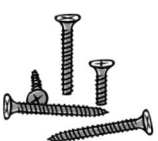

skrūves

vít

mūzikas instrumenti
nhạc cụ

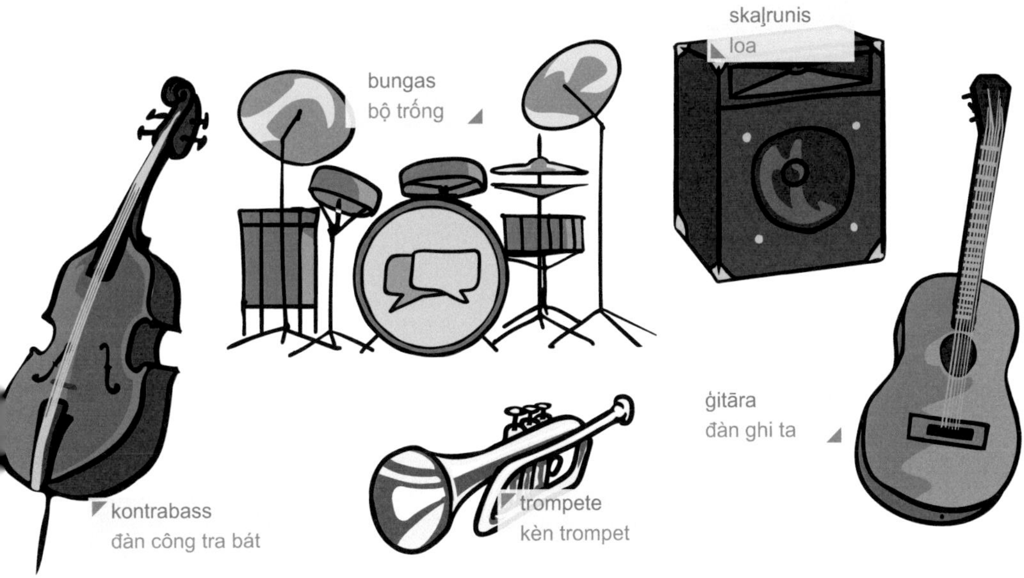

skaļrunis
loa

bungas
bộ trống

ġitāra
đàn ghi ta

kontrabass
đàn công tra bát

trompete
kèn trompet

klavieres

đàn piano

vijole

đàn vĩ cầm

bass

ghi ta bass

timpāni

trống định âm

bungas

trống

digitālās klavieres

đàn organ

saksofons

kèn Saxophone

flauta

sáo

mikrofons

micro

mūzikas instrumenti - nhạc cụ

zooloģiskais dārzs
vườn bách thú

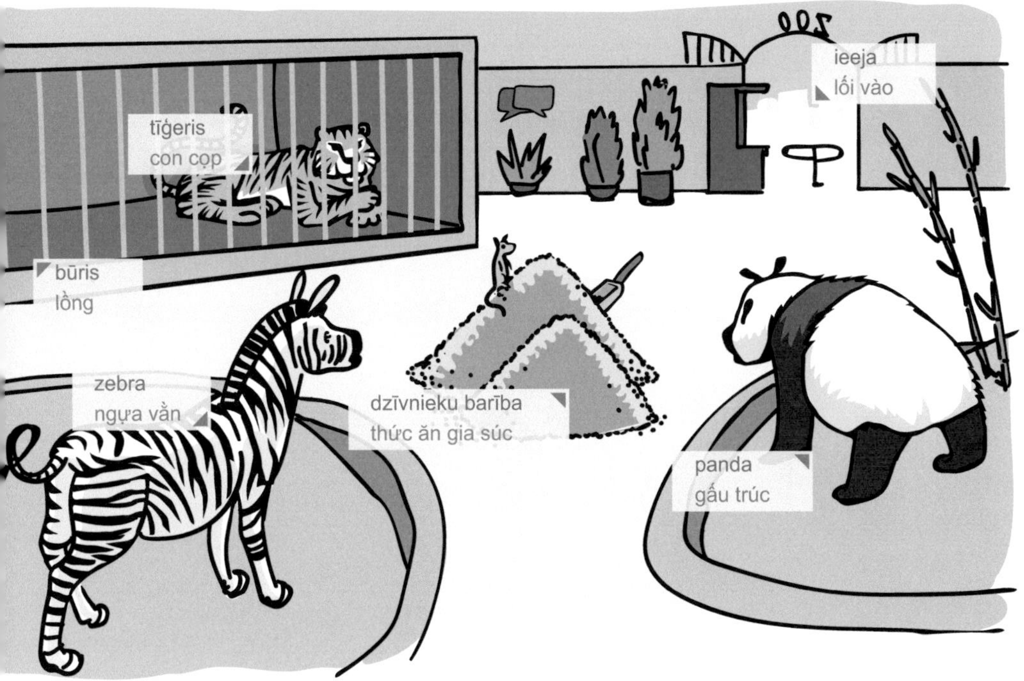

200
ieeja
lối vào
tīģeris
con cọp
būris
lồng
zebra
ngựa vằn
dzīvnieku barība
thức ăn gia súc
panda
gấu trúc

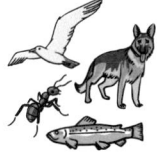

dzīvnieki

động vật

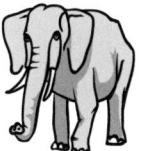

zilonis

con voi

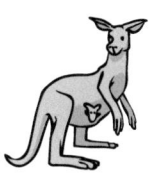

ķengurs

chuột túi

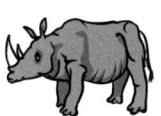

degunradzis

tê giác

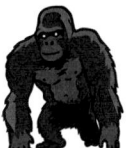

gorilla

khỉ đột

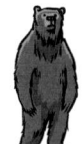

lācis

con gấu

kamielis

lạc đà

strauss

đà điểu

lauva

sư tử

pērtiķis

con khỉ

flamings

hồng hạc

papagailis

con vẹt

polārlācis

gấu bắc cực

pingvīns

chim cánh cụt

haizivs

cá mập

pāvs

con công

čūska

con rắn

krokodils

cá sấu

zoodārza sargs

người trông giữ vườn bách
thú

ronis

hải cẩu

jaguārs

báo đốm

ponijs

ngựa lùn

leopards

con báo

nīlzirgs

hà mã

žirafe

hươu cao cổ

ērglis

đại bàng

meža cūka

heo rừng

zivs

cá

bruņurupucis

con rùa

valzirgs

hải mã

lapsa

con cáo

gazele

linh dương

amerikāņu futbols
bóng bầu dục Mỹ

riteņbraukšana
đua xe đạp

teniss
quần vợt

basketbols
bóng rổ

peldēšana
bơi

bokss
đấm bốc

hokejs
khúc côn cầu trên băng

futbols

bóng đá

badmintons

cầu lông

vieglatlētika

điền kinh

rokas bumba

bóng ném

slēpošana

trượt tuyết

polo

polo

darbības
các hoạt động

lēkt
nhảy
apskaut
ôm
smieties
cười
iet
đi bộ
dziedāt
ca hát
sapņot
mơ
lūgt
cầu nguyện
skūpstīt
hôn

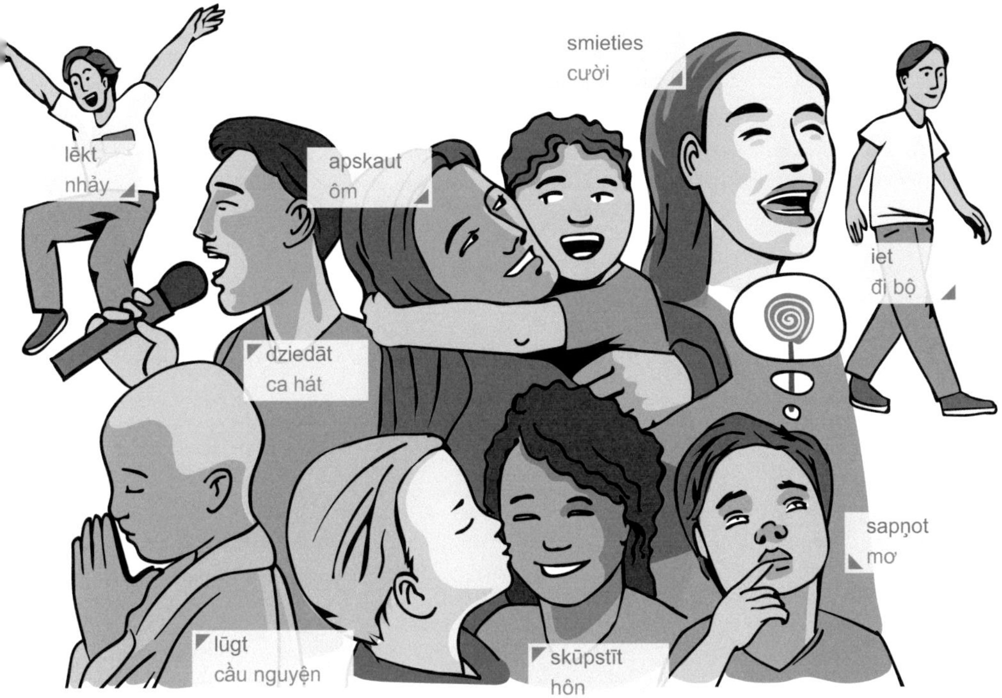

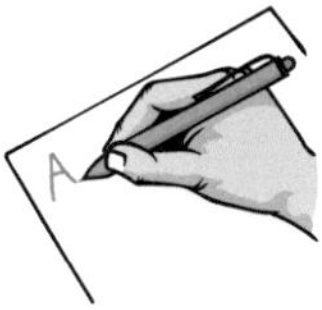

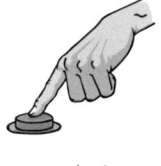

rakstīt

viết

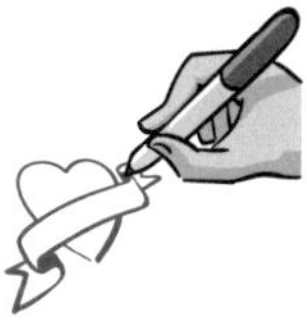

zīmēt

vẽ

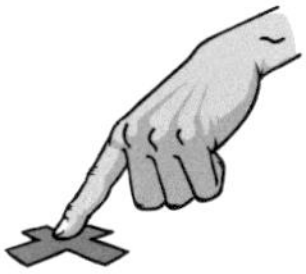

rādīt

chỉ trỏ

spiest

đẩy

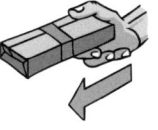

dot

cho

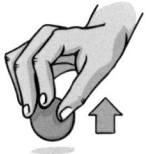

ņemt

lấy đi

būt

có

darīt

làm

būt

thì / là

stāvēt

đứng

skriet

chạy

vilkt

kéo

mest

ném

krist

rơi

gulēt

nằm

gaidīt

chờ đợi

nest

mang vác

sēdēt

ngồi

uzģērbt

mặc quần áo

gulēt

ngủ

pamosties

thức dậy

skatīties

xem

raudāt

khóc

glāstīt

vuốt ve

ķemmēt

chải

runāt

nói chuyện

saprast

hiểu

jautāt

câu hỏi

dzirdēt

nghe

dzert

uống

ēst

ăn

sakārtot

dọn dẹp

mīlēt

yêu

vārīt

nấu nướng

braukt

lái xe

lidot

bay

burot

đi thuyền buồm

rēķināt

tính toán

lasīt

đọc

mācīties

học

strādāt

làm việc

precēties

cưới

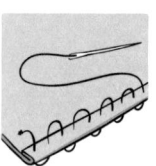

šūt

khâu vá

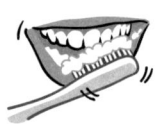

tīrīt zobus

đánh răng

nogalināt

giết

smēķēt

hút thuốc

sūtīt

gửi đi

ģimene
gia đình

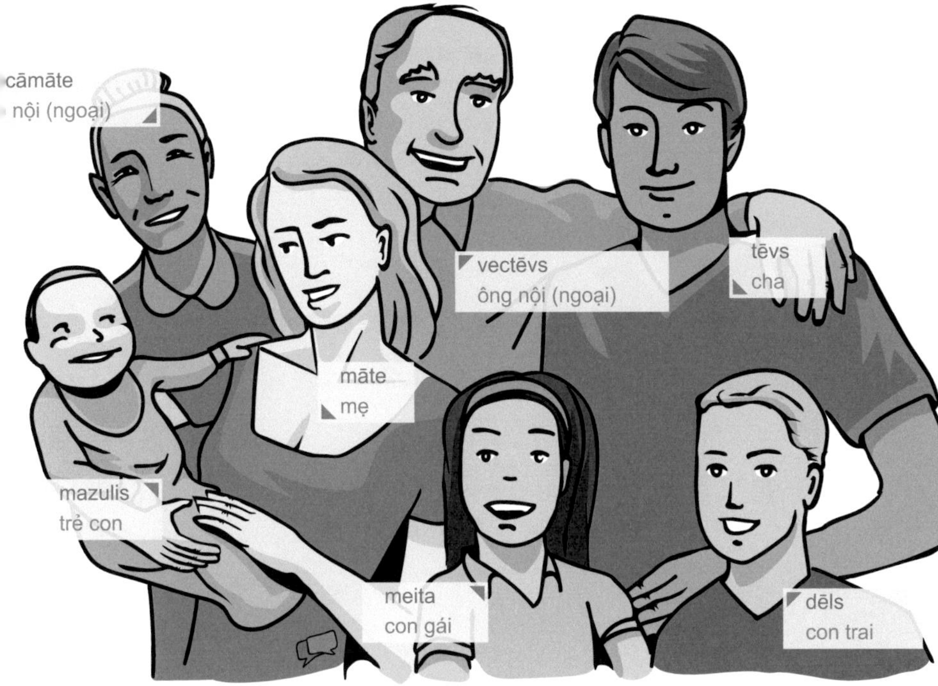

cāmāte
nội (ngoại)
vectēvs
ông nội (ngoại)
tēvs
cha
māte
mẹ
mazulis
trẻ con
meita
con gái
dēls
con trai

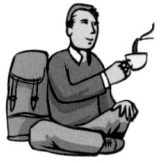

viesis

khách

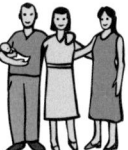

tante

cô (dì)

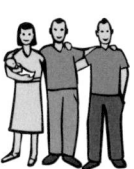

onkulis

chú, bác (cậu)

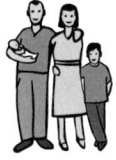

brālis

anh (em) trai

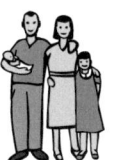

māsa

chị (em) gái

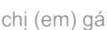

ķermenis
cơ thể

piere
trán
acs
mắt
plecs
vai
pirksts
ngón tay
seja
mặt
zods
cằm
roka
bàn tay
krūtis
ngực
kāja
chân
roka
cánh tay

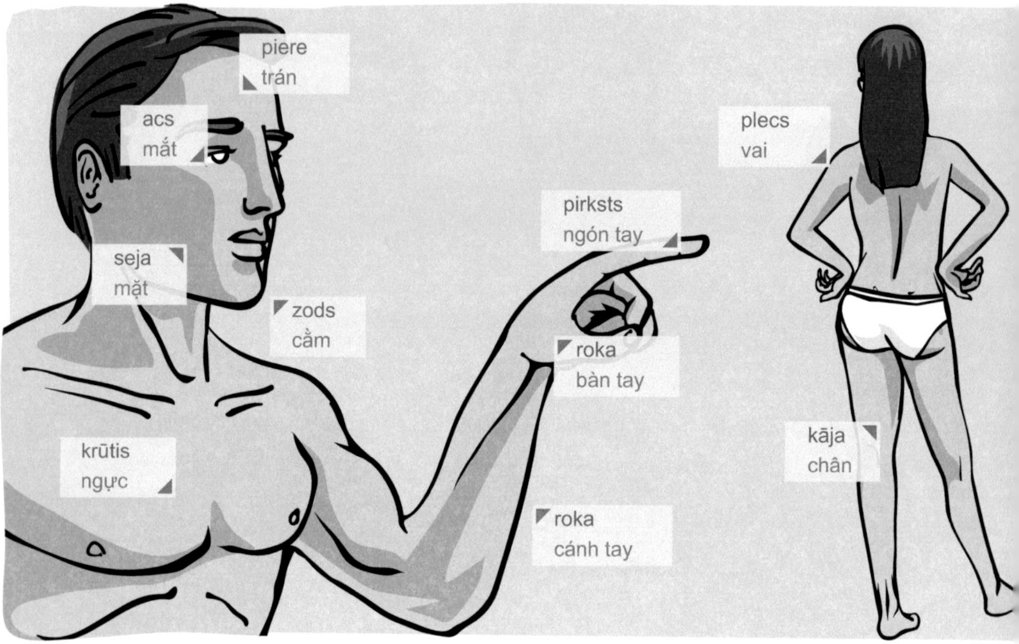

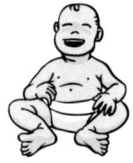

mazulis
trẻ con

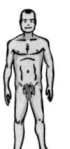

vīrietis
đàn ông

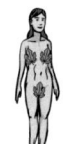

sieviete
phụ nữ

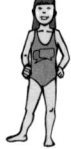

meitene
bé gái

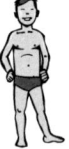

zēns
bé trai

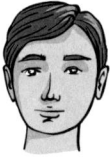

galva
đầu

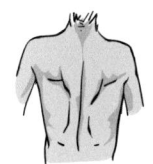

mugura

lưng

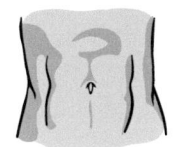

vēders

bụng

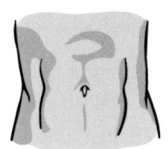

naba

rốn

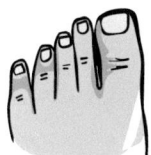

kājas pirksts

ngón chân

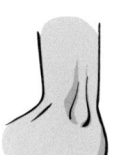

papēdis

gót chân

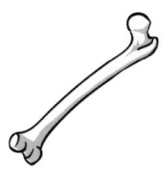

kauls

xương

gurns

hông

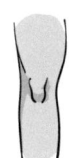

celis

đầu gối

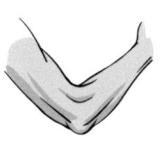

elkonis

khuỷu tay

deguns

mũi

dibens

mông

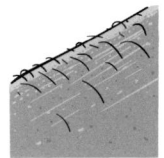

āda

da

vaigs

má

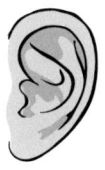

auss

tai

lūpa

môi

mute

miệng

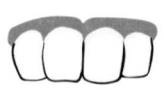

zobs

răng

mēle

lưỡi

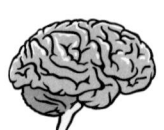

smadzenes

não

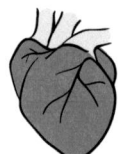

sirds

tim

muskulis

cơ bắp

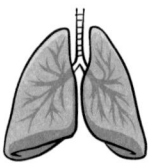

plaušas

phổi

aknas

gan

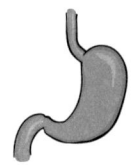

kuņģis

dạ dày

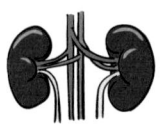

nieres

thận

dzimumakts

giao hợp

kondoms

bao cao su

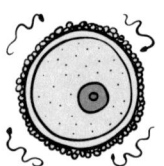

olšūna

noãn

sperma

tinh dịch

grūtniecība

mang thai

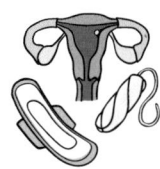

menstruācijas

kinh nguyệt

vagīna

âm vật

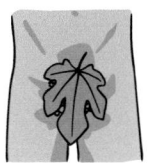

penis

dương vật

uzacs

lông mày

mati

tóc

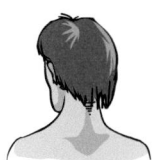

kakls

cổ

slimnīca
bệnh viện

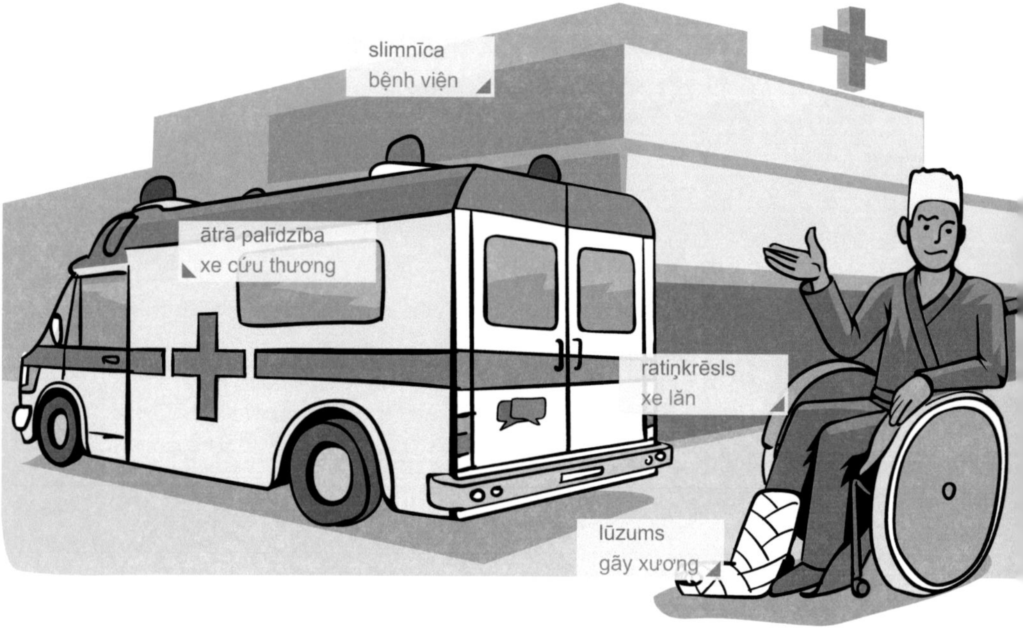

slimnīca
bệnh viện
ātrā palīdzība
xe cứu thương
ratiņkrēsls
xe lăn
lūzums
gãy xương

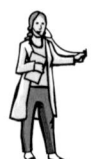

ārsts

bác sĩ

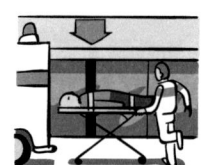

neatliekamās palīdzības nodaļa

phòng cấp cứu

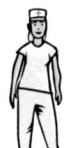

medmāsa

y tá

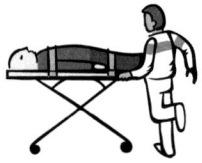

ārkārtas gadījums

cấp cứu

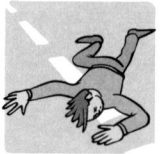

paģībis

bất tỉnh

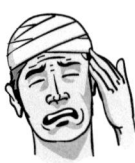

sāpes

cơn đau

ievainojums

bị thương

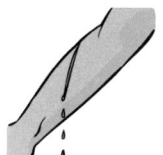

asiņošana

chảy máu

sirdslēkme

nhồi máu cơ tim

insults

đột quỵ

alerģija

dị ứng

klepus

ho

temperatūra

sốt

gripa

cúm

caureja

tiêu chảy

galvassāpes

đau đầu

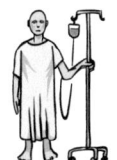

vēzis

ung thư

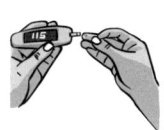

diabēts

bệnh tiểu đường

ķirurgs

bác sĩ phẫu thuật

skalpelis

dao mổ

operācija

giải phẫu

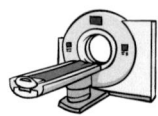

datortomogrāfija

chụp cắt lớp

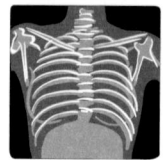

rentgents

chụp x-quang

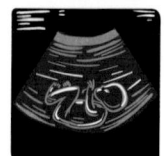

ultraskaņa

siêu âm

sejas maska

mặt nạ

slimība

bệnh

uzgaidāmā telpa

phòng đợi

kruķis

cái nạng

plāksteris

băng dán vết thương

apsējs

băng bó

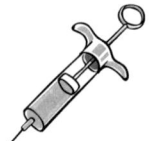

injekcija

tiêm thuốc

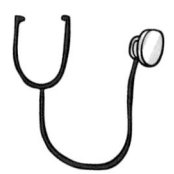

stetoskops

ống nghe khám bệnh

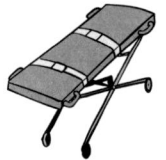

nestuves

băng ca

termometrs

nhiệt kế

dzemdības

sinh đẻ

liekais svars

thừa cân

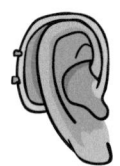

dzirdes aparāts

máy trợ thính

dezinfekcijas līdzeklis

chất khử trùng

infekcija

nhiễm trùng

vīruss

vi rút

HIV / AIDS

HIV / AIDS

zāles

thuốc

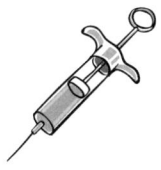

pote

tiêm chủng

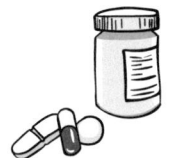

tabletes

thuốc viên

pretapaugļošanās tablete

viên thuốc

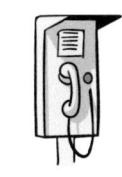

ārkārtas izsaukums

gọi cấp cứu

asinsspiediena mērītājs

máy đo huyết áp

slims / vesels

bệnh / khỏe mạnh

Palīgā!

cứu!

trauksme

báo động

uzbrukums

cuộc đột kích

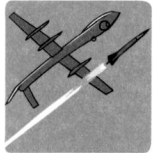

uzbrukums

sự tấn công

bīstamība

mối nguy hiểm

avārijas izeja

lối thoát hiểm

Uguns!

cháy!

ugunsdzēšamais aparāts

bình chữa cháy

negadījums

tai nạn

pirmās palīdzības aptieciņa

bộ dụng cụ sơ cứu

SOS

SOS

policija

cảnh sát

Eiropa

châu Âu

Ziemeļamerika

Bắc Mỹ

Dienvidamerika

Nam Mỹ

Āfrika

châu Phi

Āzija

châu Á

Austrālija

châu Úc

Atlantijas okeāns

Đại Tây Dương

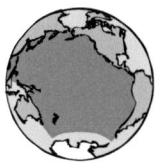

Klusais okeāns

Thái Bình Dương

Indijas okeāns

Ấn Độ Dương

Dienvidu okeāns

Nam Cực Dương

Ziemeļu ledus okeāns

Bắc Băng Dương

Ziemeļpols

bắc cực

Dienvidpols

nam cực

Antarktika

nam cực

zeme

trái đất

zeme

đất liền

jūra

biển

sala

đảo

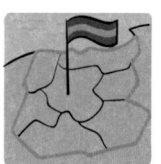

nācija

quốc gia

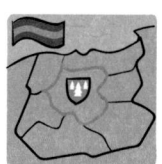

valsts

nhà nước

ciparnīca

mặt đồng hồ

stundu rādītājs

kim chỉ giờ

minūšu rādītājs

kim chỉ phút

sekunžu rādītājs

kim chỉ giây

Cik ir pulkstenis?

Bây giờ là mấy giờ?

diena

ngày

laiks

thời gian

tagad

bây giờ

digitālais pulkstenis

đồng hồ điện tử

minūte

phút

stunda

giờ

nedēļa
tuần lễ

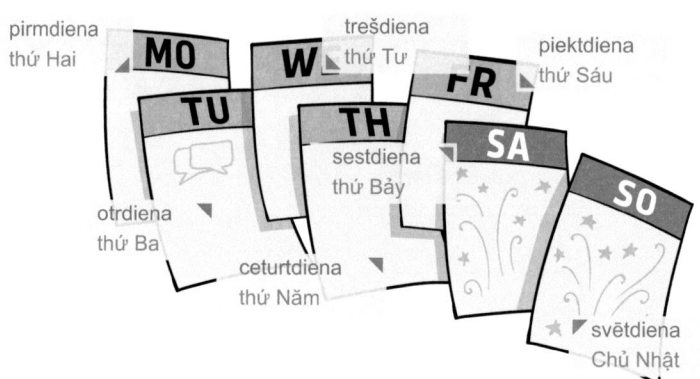

pirmdiena
thứ Hai

trešdiena
thứ Tư

piektdiena
thứ Sáu

sestdiena
thứ Bảy

otrdiena
thứ Ba

ceturtdiena
thứ Năm

svētdiena
Chủ Nhật

vakardien

hôm qua

šodien

hôm nay

rītdien

ngày mai

rīts

buổi sáng

pusdienlaiks

buổi trưa

vakars

buổi tối

darbadienas

ngày làm việc

brīvdienas

cuối tuần

lietus
mưa

varavīksne
cầu vồng

vējš
gió

sniegs
tuyết

pavasaris
mùa xuân

vasara
mùa hè

rudens
mùa thu

ziema
mùa đông

4.APRIL	11°	☀
5.APRIL	4°	☔
6.APRIL	13°	☂
7.APRIL	8°	☀
8.APRIL	10°	☀

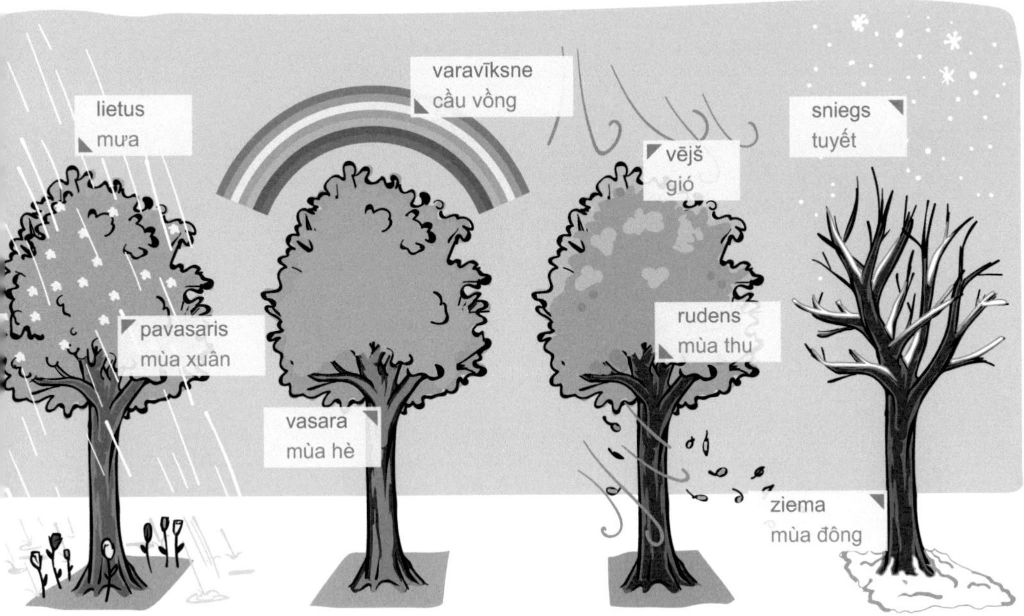

laika prognoze

dự báo thời tiết

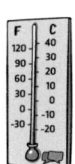

termometrs

nhiệt kế

saules gaisma

ánh nắng

mākonis

mây

migla

sương mù

gaisa mitrums

độ ẩm không khí

zibens

tia chớp

pērkons

sấm sét

vētra

cơn bão

krusa

mưa đá

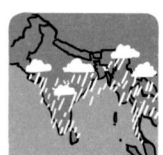

musons

gió mùa

plūdi

lũ lụt

ledus

nước đá

janvāris

tháng Một

februāris

tháng Hai

marts

tháng Ba

aprīlis

tháng Tư

maijs

tháng Năm

jūnijs

tháng Sáu

jūlijs

tháng Bảy

augusts

tháng Tám

septembris
·················
tháng Chín

oktobris
·················
tháng Mười

novembris
·················
tháng Mười Một

decembris
·················
tháng Mười Hai

formas
hình dạng

aplis
·················
hình tròn

kvadrāts
·················
hình vuông

četrstūris
·················
hình chữ nhật

trīsstūris
·················
hình tam giác

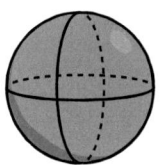

lode
·················
hình cầu

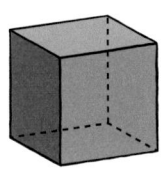

kubs
·················
khối vuông

balts

màu trắng

dzeltens

màu vàng

oranžs

màu cam

sārts

màu hồng

sarkans

màu đỏ

lillā

màu tím

zils

màu xanh dương

zaļš

màu xanh lá cây

brūns

màu nâu

pelēks

màu xám

melns

màu đen

daudz / maz

nhiều / ít

saniknots / miermīlīgs

tức tối / điềm tĩnh

skaists / neglīts

xinh đẹp / xấu xí

sākums / beigas

bắt đầu / kết thúc

liels / mazs

to / nhỏ

gaišs / tumšs

sáng / tối

brālis / māsa

anh (em) trai / chị (em) gái

tīrs / netīrs

sạch / bẩn

pilnīgs / nepilnīgs

đủ / thiếu

diena / nakts

ngày / đêm

miris / dzīvs

chết / sống

plats / šaurs

rộng / chật hẹp

baudāms / nebaudāms

ăn được / không ăn được

nikns / laipns

ác / tử tế

satraukts / garlaikots

hào hứng / chán nản

resns / tievs

béo / gầy

pirmais /pēdējais

đầu tiên / cuối cùng

draugs / ienaidnieks

bạn / thù

pilns / tukšs

đầy / rỗng

ciets / mīksts

cứng / mềm

smags / viegls

nặng / nhẹ

izsalkums / slāpes

đói / khát

slims / vesels

bệnh / khỏe mạnh

nelegāls / legāls

bất hợp pháp / hợp pháp

inteliģents / dumjš

thông minh / ngu

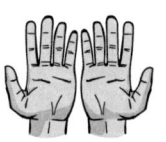

kreisais / labais

trái / phải

tuvu / tālu

gần / xa

jauns / lietots

mới / cũ

nekas / kaut kas

không có gì cả / có cái gì đó

vecs / jauns

già / trẻ

ieslēgts / izslēgts

bật / tắc

atvērts / slēgts

mở / đóng

kluss / skaļš

im lặng / ồn ào

bagāts / nabags

giàu / nghèo

pareizi / nepareizi

đúng / sai

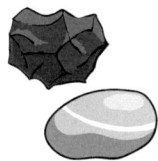

raupjš / gluds

sần sùi / mịn màng

noskumis / laimīgs

buồn / vui

īss / garš

ngắn / dài

lēns / ātrs

chậm / nhanh

slapjš / sauss

ẩm ướt / khô ráo

silts / vēss

ấm áp / mát mẻ

karš / miers

chiến tranh / hòa bình

pretstati - đối lập

skaitļi
con số

0

nulle

số không

1

viens

một

2

divi

hai

3

trīs

ba

4

četri

bốn

5

pieci

năm

6

seši

sáu

7

septiņi

bảy

8

astoņi

tám

9

deviņi

chín

10

desmit

mười

11

vienpadsmit

mười một

12

divpadsmit

mười hai

13

trīspadsmit

mười ba

14

četrpadsmit

mười bốn

15

piecpadsmit

mười lăm

16

sešpadsmit

mười sáu

17

septiņpadsmit

mười bảy

18

astoņpadsmit

mười tám

19

deviņpadsmit

mười chín

20

divdesmit

hai mươi

100

simts

một trăm

1.000

tūkstotis

một ngàn

1.000.000

miljons

một triệu

skaitļi - con số

anglu

tiếng Anh

amerikāņu anglu

tiếng Anh Mỹ

ķīniešu mandarīnu valoda

tiếng Quan Thoại

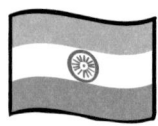

hindi

tiếng Hin-di

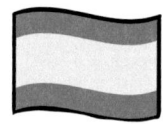

spāņu

tiếng Tây Ban Nha

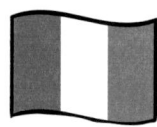

franč

tiếng Pháp

arābu

tiếng Ả-rập

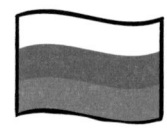

krievu

tiếng Nga

portugāļu

tiếng Bồ Đào Nha

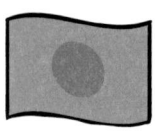

bengāļu

tiếng Bengal

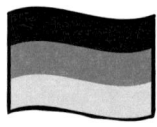

vācu

tiếng Đức

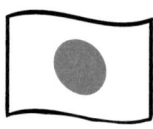

japāņu

tiếng Nhật

es

tôi

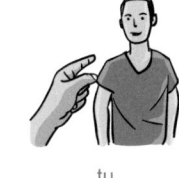

tu

bạn

♂ ♀ ○

viņš / viņa

anh ta / cô ta / nó

mēs

chúng tôi

jūs

các bạn

viņi / viņas

họ

kas?

ai?

ko?

cái gì?

kā?

như thế nào?

kur?

ở đâu?

kad?

lúc nào?

HELLO, I AM

vārds

tên

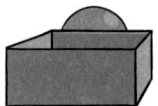

aiz

phía sau

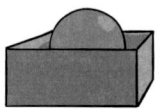

iekšā

ở trong

priekšā

phía trước

virs

phía trên

uz

ở trên

zem

ở dưới

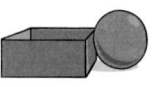

blakus

bên cạnh

starp

ở giữa

vieta

chỗ